யாதொன்று இன்பம்

பதிப்பகம்

Yaathondru inbam

Edited by Sakthi

 Special credits to Absal Ahamed, Dr.Niveditha and Dr.Nitin Chopra.

ISBN (Paperback) - 9789390724772

First Edition : 2021

Book Design by POETRY WORLD

யாதொன்று இன்பம்

தலைமை தொகுப்பாளர்

பார்கவி சிவபிரகாஷ்

தொகுப்பாளர்

சக்திவேல் மாரியப்பன்

யாதொன்று இன்பம்

ஆண்டுகள் பல சென்றாலும், அத்தியாயம் பல கடந்தாலும், தோன்றுதல் என்பதே இயற்கையின் தாற்பரியம்.

அண்டத்தில் உள்ள இருண்ட ஆத்மாவின் ஓர் பேரொளியே இன்பமாகும்,

"இன்பத்தின் இன்னிசையே
உள்ளத்தின் எழுச்சியாம்,
எண்ணத்தின் ஓட்டமே
யாம் காணும் இன்பமாம்"

என்ற வரிகளின் வசந்தமாய் அனைவரின் வாழ்விலும், மகிழ்ச்சி எனும் பேரானந்தம் சுவாசக் காற்றாகிறது. அத்தைகய சுவாசக் காற்றானது, மனிதர்களிடையே

அகத்தின் வெளிப்பாடாய்,
எண்ணற்ற எண்ணங்களின் எழுச்சியாய்,
ஒப்பற்ற உள்ளங்களின் ஓசையாய்,

ஓங்கி ஒலிப்பதையே நாம் இப்புத்தகத்தில் காண இருக்கிறோம்.

தலைமை தொகுப்பாளர்

இவள் திருமதி.பார்கவி சிவபிரகாஷ், மஞ்சள் மாநகரமான ஈரோட்டை சேர்ந்தவள். இவள் புனைப்பெயர் "கவியின் கவிதை". கணிதவியல் முதுகலை பட்டம் முடித்தவள். இன்று தன் கனவுகளை முழு மனதோடு ஆர்வமாய் பின் தொடர்கிறாள்.

தனது இன்ஸ்டாகிராம் பக்கத்தில் *(@kaviyinkavithai)* ஏறத்தாழ *2500*க்கும் மேற்பட்ட குறுங்கவிதைகள், நீள்கவிதைகள் பல புனைந்துள்ளார். *Spectrum of thoughts*ல் இணை எழுத்தாளராகவும், தன் முதல் கவிதை திரட்டான *"Enticement of fondness/*காதலின் தாகங்கள்" தொகுத்துள்ளார். இப்பொழுது *Poetry World Organisation*ல் தலைமை தொகுப்பாளராய் பல கவிதை திரட்டினை வழங்கி வருகிறார்.

இன்பத்தின் எல்லை நீ

மறக்க இயலா
வலிகளையும்
மாற்றியமைத்த
மாயவன் நீ...

வலி நிறைந்த
வாழ்க்கையையும்
வளமையாய் ஆக்கிய
வானவன் நீ...

கடந்திடக் கூடாத
கண்ணீரையும்
கடத்தி கொண்ட
எந்தன் க(ண்)ணவன் நீ...

இன்னல்கள் முழுவதும்
இயல்பாய் அகற்றி
இன்பம் ஒன்றையே
இதயத்தில் கலந்தவன்
நீ மட்டுமே...

கவியின் கவிதை

தொகுப்பாளர்

இவர் பெயர் சக்திவேல் மாரியப்பன். தாய் தமிழ் கருவாகி, உருவாகிய தென்றலின் தேனமுதாய் விளங்கும் பொதிகையின் பிறப்பிடமே இவரது அமைவிடம் ஆகும். பல்லாயிரம் ஆண்டு பழமை கடந்த பழமுதிர் சோலையான பாரிலும், போற்றுதற்குரிய தாயின் தனித்துவத்தையும், பல்சுவையையும் பள்ளிப்பருவங்களில் ஏடுகளின் வாயிலாக கற்றுணர்ந்தார்.

"அர்த்தமுள்ள வரிகள்" எனும் புனைப் பெயரில், தாம் கற்ற தமிழின் இனிமையை கவியின் வாயிலாக காண்போருக்கு விருந்தாக்குகிறார். இவர் எட்டு தொகுப்பு புத்தகங்களில் இணை ஆசிரியராக இருந்திருக்கிறார்.

ஊற்றெடுக்கும் உள்ளத்தில் ஊறில்லா உதவியே சீறில்லா பெயராகும் என்பதே இவரது குறிக்கோள். அகத்தின் வெளிப்பாடாய், அன்பின் உருவகமாய் அகிலத்தில் அழியெடுப்பதே இவரது நோக்கமாகும்.

இன்பத்தின் வெளிப்பாடு இலக்கணமாய்

மதுவில் இன்பம், மாதுவில் இன்பம்,
உடலில் இன்பம், ஊடலில் இன்பம்,
அனுபவத்தில் இன்பம், ஆசையில் இன்பம்,
பொருளில் இன்பம்,பொருளற்று இருப்பது இன்பம்,

சபிப்பதில் இன்பம், சகிப்பதில் இன்பம்,
சண்டையில் இன்பம், சமத்துவத்தில் இன்பம்,
வாழ்வதில் இன்பம், வீழ்வதில் இன்பம்,
கடப்பதில் இன்பம், கதைப்பதில் இன்பம்,

காண்பதில் இன்பம், காட்சியில் இன்பம்,
சொல்லில் இன்பம் ,செயலில் இன்பம்,
செயலற்று இருப்பதும் இன்பமே,

கவியில் இன்பம், செவியில் இன்பம்,
நடப்பது அனைத்திலும் நகைப்பதும் இன்பம்,
சதை பொருந்திய உடலில் சகலமும் இன்பமே,
இவை கடந்து,

"ஆற்றல் கொண்டு ஆர்பரிப்பதே ஆத்ம இன்பம்,
அன்பு கொண்டு அரவணைப்பதிலே அதீத இன்பம்,
மனிதம் என்றுரைப்பதிலே மகத்தான இன்பம்"

என்று எவரறிவாரோ அவருக்கே அகிலமும் இன்பமாகும்.

- சக்திவேல் மாரியப்பன்

உள்ளடக்கம்

அந்த ஒரு பந்தம்

எண்ணற்ற சொப்பனம் கொண்டு என்னவனின் கரம்
பற்றினேன் ஏக்கதோடு!
திங்கள் மூன்று கழிந்தது தீண்டுவாரின் தீண்டலும்
துவங்கியது,
திவ்யமான பாவை திருவாயினும் தீச்சொல் கண்டு
திகைத்தேன் அதுவோ,
வேடிக்கையாய் தோன்றியது வேதனையின்
வேள்வியானது என்னுள்,
சொர்ப்பமான வார்த்தையும் சொப்பனமாக்கியது எனது
வளர்பிறையை,
எனது கனவும் நனவாக உருவெடுத்தாய் கருவாக,
பூரித்தேன் பூச்செடியாக,
செடிக்கு மலர் பந்தமில்லையென பரித்தாய் மூன்றே
திங்களில்,
பரிதவித்தேன் பரலோகத்தில்,
துயரம் கண்டேன் துணிவில்லை, உதிரம் விட்டேன்
உயிரில்லை, கடந்தேன் காட்சிகளோடு,
ஏக்கங்களின் எழுச்சியாய்,
என்னுள் நீ உதித்து,
என்னை காணும் தருணமே
நான் காண காத்திருக்கும்
இன்பமே!

Jeniffer Immanuel

அவன் விழிகளில்

ஆகாய அதிசயங்களில் காதலும் உண்டு,
விண்மீன் போல் புன்னகைத்து,
மின்னல் போல் பளிச்சிட்டு,
இடியிறக்கி,
இதயமெல்லாம் புயல் வீசி,
வானவில் போல் வண்ண வண்ண கனவுகள் உதயமாகி,
வளர்ந்ததும், தேய்ந்தும்,
நிலா போல் ரகசியமாய் ஜீவித்து,
இறுதியில் சூரியன் போல்
வெளிவந்த காதலை,
முழுமையாயி உள்வாங்கி,
இதழில் முத்தமிட்ட
ஓர் நொடியே
வாழ்வின்
பேரின்பம்!

மஞ்சு ராதாகிருஷ்ணன்

அதுவே நான் ஏங்கும் இன்பம், என்னவனைத் தேடி

காலையில் தோன்றும் கதிர் போல,
மாலையில் ஒளிக்கும் மதி போல-நாமும்
ஒருவரை ஒருவர் காணாத நாள் நீடுமோ,
என்னவனே
உன்னை எண்ணி நானும்,
என்னை எண்ணி நீயும்,
காத்திருக்கும் நொடி கண்டு தான் கடிகாரமும்
குடிலுமோ,
உன்னைச் சேரும் வேளையில்,
என் விழிகளில் வழியும் கண்ணீரை,
உன் கரம் கொண்டு பசித்து,
என் நெற்றியில் உன் இதழ் கொண்டு - நம் காதல்
மொழி
பேசும் நாளுக்காக காத்திருக்கிறேன்.
அன்பே, என்பாதியே,
ஒவ்வொரு விடியலிலும் எதிர்பார்க்கிறேன்,
உன் விழிகளில் என் விழி பதித்து,
உந்தன் பார்வையால் என்னை அலங்கரிக்கும் அந்த
ஒரு
இன்பத்தை எதிர்நோக்கி!.

கவிதூறல் செ.சந்திரலேகா

அவளின் அன்பு

விழியசைவில் எனை மாற்றியவள்,
இசையின் இராகமாய் எனை சேருபவள்,

குறுஞ்சிறுப்பில் எனை மயக்கியவள்,
அன்பால் எனை ஆள்பவள்,

உதட்டசைவில் எனை அடக்கியவள்,
அன்பின் வடிவமாய் என் வாழ்வினில் நுழைந்தவள்,

விழியின் கவிதையாய் எனை எழுதுபவள்,
மெய்யின் உயிராய் எனை சேருபவள்,

சோகம் தந்த சுகமாய்,
என் வாழ்வில் இருப்பவள்.
என் இன்பவாழ்வின் அர்த்தமானவள்,
அவளே!

Abinaya Sparkle

அன்பின் அதீதம்

உன்னைப் பற்றியதான எந்தன்
கவிதைகளை வாசித்து விட்டு,
நீ மிகைப்படுத்தல்கள் என்று
கூறுகிறாய்.

அதுவரையில் எனக்காய்
நீ ஈந்திருந்த அனைத்திலும்
உந்தன் முழுமையையும்
குறைவின்றி தந்திருந்த பின்பும்
திருப்தியென்னும் ஒன்றைச் சிறிதும் கொள்ளாமல்
உன்னை நீயேச் சுரண்டிச் சுரண்டி - மேலும்
எனக்காய் தந்திட்ட சொச்சத்தை,
மிகைப்படுத்தல்கள் என்கிறாய்
நீ.

உன் அன்பின்
அதீதங்கள் என்கிறேன்
நான்!

சந்தீப் குமார்

அந்த நாட்கள்

என்னை கடந்து செல்லும் பொழுது, என்னவளின் ஒரு பார்வைக்காக காத்திருந்த அந்த நாட்கள்.

அவள் வருகைக்காக ஒற்றை காலில் நிற்கும் கொக்கு போல்,
காத்திருந்த அந்த நாட்கள்.

நீண்ட நேரம் காத்திருக்க வைத்து,
ஏமாற்றும் அழகிய அந்த நாட்கள்.

பேசுவதற்க்கு அருகில் செல்லும் போதெல்லாம்,
ஒரே பார்வையில் என்னை தடுத்த அந்த நாட்கள்.

என்மீது காதல் கொண்டும் அதனை வெளிகாட்டாமல்,
புன்னகையில் காட்டிய அந்த நாட்கள்.

காதலை கூறியதும் ஏற்றுக் கொள்ள மறுப்பது போல்,
நடித்த அந்த நாட்கள்.

இறுதியில் காதலை ஏற்றுக்கொண்டு,
எனக்குள் நீயாக கரைந்த அந்த நாட்கள் - யாவும்
என் வாழ்வில் என்றும் இன்பமலளித்த
நாட்களே!

ர. ரமேஷ் திருப்பூர்

இஃதே இன்பம் என்பேன்

எவற்றில் இல்லை இன்பம் எண்ணமுடியா -
இன்பத்தை
எண்ணிக்காட்ட வந்த பேதை இங்கே.
அதை எண்ணிப் பார்க்கையில் வரும் -
புன்னகையும்
ஒரு இன்பம் தானே.
தாயின் வயிற்றில் சிறு சிறு - சிசுவன்
அசைவு இன்பம்.

மழலை மொழி கேட்கையில் இன்பம்,
அவள் தத்தி நடக்கும் நடையும் இன்பம்,
அவள் வாழ்வை முழுமையாக கண்டு மகிழ்வது
இன்பமே.

வாழ்க்கை இன்பம் முடிந்தது,
இனி வையத்தின் இன்பம் கேள்.

சுவாசிக்கும் கண்ணிற்கு தெரியா காற்று இன்பம்,
மலர்பாதம் படும் மண் இன்பம்,
பாடல் கற்கா பைங்கிளி கூக்குரல் இன்பம்,
தனிமையில் வருடும் இசை இன்பம்,
தன்னலம் இல்லா எண்ணம் இன்பம்,
துன்பத்தில் வரும் கண்ணீர் இன்பம்.

எட்டா கனியை எட்டிப் பிடிப்பது இன்பம்,
முதலில் இருந்து
இறுதி வரை
அனைத்தும்
இன்பமே!

Buvaneshwari.N

இதுவும் ஒருவகை காதல் மோகம்

கதைகள் பல கேட்டதில் தெளிந்தேன் - உவமைகள்
நிறைய உணர்வை ஊட்டியது.
மதம் தவிர்த்து மகுடமேந்தி நின்றது - தவித்து
நின்றவைகளுக்கும் தலைவனாக ஆகியது.
இந்த வரிகள் விளங்கா வேந்தர்களே,

கலவையும் கோர்வையும் அகராதியில் இல்லை,
கற்புடைய
காவியங்கள் இதற்கு சாட்சி.

பரிணாம வளர்ச்சியில் பாதிப்பும் இல்லை,
பகுத்தறிவுக்கு இங்கு பஞ்சமும் இல்லை,

எடுக்க எடுக்க கிடைக்கும் புதையல்,
குடிக்க குடிக்க தீராத தாகம்,
இதுவும் ஒருவகை
காதல் மோகம்.
அதுவே யாம்
காணும்
இன்பம்.

வெ.நந்தகிருஷ்ணா

இவ்வாழ்வே இன்பம்

இப்புவியில் இன்பத்திற்கா பஞ்சம் - அவ்வின்பத்தை
விதைக்கும் விழிகளுக்கே பஞ்சம்.

சிறு புல்லின் நுனியில் தவழும் - அச்சிறு
மழைத்துளியில் தொடங்கி,
தொடுவானத்தை தொட நினைக்கின்ற - மனிதனின்
மனம் வரை இன்பமே.

வாழ்க்கைக்கு வனப்பளிக்கிறது,
உடலின் உயிராய்,
மழலையின் நகையாய்,
கண்ணின் இமையாய்,
மலரின் மணமாய்,
மனத்தின் காதலாய்,
முடி சூடா மன்னனாய் - இன்பத்தின்
ஆளுமையே வாழ்க்கைக்கு
உயிர்ப்புத்தரும்.

வாழ்வின் வரமே,
இன்பம்!.

சி.ஜீவஜோதி

இளகிப்போகிறேன் இரும்புப்பூட்டாய்

என்னில் மீதி - அவளா
அவளின் பாதி - நானா
தெரியவில்லை.

எனக்கென அவள் வளைந்துக் கொடுக்க,
உடைந்து போகிறேன்.

அவள் தொலைந்த கணத்தில்,
என்னில் அவள் சேரும் தருணம்,
திறக்கப்படுவது கதவுகள் மட்டுமல்ல,
என் கனவுகளும் தான்.

கொத்துச் சாவியென,
அவள் சிலிர்க்க,
இரும்புப்பூட்டாய்,
இருக நினைத்து இளகிப்போகிறேன்.
அவள்
இன்பக் காதலில்
உருக்குவதால்!.

கௌசிகா மணி

இன்பத்தின் எல்லை

திங்கள் பத்தும் சுமப்பது இன்பம் - தினமும்
அந்த உயிருக்காக வாழ்வது இன்பம்.

தவழ்வது இன்பம் விழுவது இன்பம் - மீண்டும்
எழுந்து நடப்பது இன்பம்.

இருப்பதும் இன்பம் இழந்ததும் இன்பம் - மறுபடியும்
தைரியமாய் உழைத்தல் இன்பம்.

கடந்து வந்த வலியும் இன்பம்,
கடக்கும் வழியும் இன்பம்,
விட்டுவிட்டு வரும் கோடை மழையும் இன்பம்,
சொட்ட சொட்ட நாம் அதில் நனைவதும் இன்பம்,
பலருக்கு கருவறை இன்பம்,
சிலருக்கு கல்லறை இன்பம்.

இல்லாததை இருப்பது போல் வாழ்வது இன்பம்,
இருந்தும் இல்லாததை போல் வாழ்வதும் இன்பம்.

இங்கு இன்பத்தின் எல்லையை கண்டது எவரும்
இல்லை,
இதைப் புரிந்தவரும் இங்கு எவரும் இல்லை.

சதாக்ஷி.சி

இன்பத்தின் வடிவம்

நீ சிறிதோ பெரிதோ உன்னை அனைவரும் நேசிப்பர்.
பலரின் வாழ்க்கை சக்கரம் சுழல்வதோ - நீ
தென்றலாய் அடிக்கடி வருடிச் செல்வாய் என்ற
நம்பிக்கையிலே.

நீயோ மின்னலைப் போல்,
நொடிப் பொழுதில் தோன்றி மறைகிறாய்.
சிலருக்கு சிறிதாய் தோன்றுவாய்,
சிலருக்கு பெரிதாய் தோன்றுவாய் - அது
உன்னை பார்ப்பவர்களின் கண்ணோட்டத்தை
பொறுத்ததே.

மழலைக்கு தன் தாயின் முத்தத்திலும்,
காதலனுக்கு தன்னவளின் தீண்டுதலிலும்,
காதலிக்கு தன்னவனுடன் சிறிது தூர பயணத்திலும்,
மழைக்கு மண்ணை அடைவதிலும்,
மண்ணுக்கு காளானை காண்பதிலும்,
உன்னை காணலாம்.

வடிவங்கள் பல கொண்டாலும் - உன்னை
தூற்றுவோர் இவ்வுலகில் இல்லை!.

ஸ்ரீயின் கிறுக்கல்

இன்பமான மனம்

யாதொன்று இன்பம் என்றுரைக்கையில்,
உன் முகம் என் முன்னே
வந்து நின்றது என் காதலே.
நீதான் இன்பமோ,

யாவும் இணையில்லாத தாயின் - கருவறையில்
வாழ்ந்த நாட்கள்தான் இன்பமோ,

எந்நிலையிலும் தன்னம்பிக்கையும்,
தனித்தன்மையும் பெற்றிருத்தல் இன்பமோ,
அறியாமையென்ற இருள் இல்லாமல்
வாழ்கின்ற வாழ்வு இன்பமோ,

யாதொன்று இன்பம் என்றுரைக்கையில் - யாவும்
இன்பமே
ஏற்றுக்கொள்ளும் மானப்பான்மை பெற்ற
மனதில்!

வி.மகாலட்சுமி

இன்பத்தின் உருவங்கள்

அன்னையின் அரைவணைப்பில் தொடங்கி,
அப்பாவின் அதட்டல் வரை,
இன்பத்தின் வெளிப்பாடே!.
ஈடில்லாத வளம்கொண்ட இவ்வுலகின் செயல்கள்
யாவும் இன்ப மழை பொழிகிறது.
மகிழ்வித்து மகிழ்வதே மனதின்
இன்பம்,

கூன்விழுந்த பாட்டியின்ஆசீயும்,
என்னை பார்த்து சிரித்த குழந்தையும்,
நான் நாட்திசைகள் அறிந்தாலும் - என் நண்பணின்
பிரியமான கண்டிப்பும்,
இவ்வுலக இயக்கத்தில்,
இன்பத்தின்
வெளிப்பாடே!.

ப. ஹரி ஹரன்

இன்பத்தின் வெளிப்பாடு

ஏனோ என்னுள் ஓர் அதீத மகிழ்வு,
உளறத் துடிக்கும் உண்மையில்லா
உணர்வு,
காலடி நகர்வையும் குறிக்கின்றேன்
நாளேட்டினில்,
மழைக்காலமாயினும் நனைகின்றேன்
வியர்வையினில்,
காலம் கடந்தும் கடக்க
மறுக்கின்றேன்,
கயவனாகினும் மரியாதை
தருகின்றேன்,
கனவுகளையும் காதலிக்க
முயலுகிறேன்,
கடமையாகினும் கடந்து
நகருகிறேன்,
இதுதானோ இனம்புரியா
இன்பத்தின் வெளிப்பாடு!.

Madhavan Tamilselvan

இன்பமான இரு இதயம்

என் வெற்றியை - அன்னையவள்
காலடியில் சமர்ப்பித்தேன்,
மகிழ்வாள் என்று எண்ணுகையில் - அவள்
கண்ணீரை வெளிப்படுத்தினாள்.

கண்ணீருக்கு காரணமானேனோ என்று
எண்ணுகையில்,
என் இன்பத்திற்கு காரணமே
நீதான் என
அன்னையவள் என்னை அனைத்து
முத்தமிட்டு,
ஆசையாய் பல ஆசிகளை
வழங்கி,
என் இதயத்தை அன்பினாலும்,
ஆசியாலும்,
அவள் நிரப்ப,

இன்பம் நிறைந்த இரு இதயங்களுக்கும்,
ஆனந்தமான
கண்ணீர்
இன்பமாய் வெளிப்பட்டது.

லோக லட்சுமி.வே

இன்பத்தின் ரகசியம்

இன்பமான வாழ்க்கை வாழவே,
துன்பமாய் பிறந்து இருக்கிறான்
மனிதன்.

ஒரு நொடிப்பொழுது இன்பத்திற்காக,
பல்லாயிரம் மணிக்கணக்கில் - துன்பமாய்
அனுபவிக்கிறோம் வாழ்வியலில்.

அறிவோடு நிலத்தினில் ஆளுதல் இன்பம்,
பண்புடை மாந்தராய்த் திகழுதல் இன்பம்,
தென்றலில் மழையினில் நனைதல் இன்பம்,
தெளிவுடைக் கவிதை புனைதல் இன்பம்,
ஆளுமைத்திறன் வைத்தல் இன்பம்,
உண்மையான ரகசியம் அறியும் நோக்கில் இன்பம்,

ஒவ்வொன்றும் அடைவது,
துன்பம் கடந்து துணிச்சலான
முயற்சியால் தான்,
இன்பத்தை
அனுபவிக்க முடியும்.

கவிஞர் மகாலட்சுமி ராக்கியப்பன்

இன்பத்தின் உருவகம்

நாளை என்பதற்கு பதில் இல்லை இங்கு,
நேற்று என்பதற்கு மதிப்பில்லை இன்று,
வாசல் வழியே கொட்டிக்கிடக்கிறது - வாழ்க்கை
என்பது அந்தாதி.
நேற்றிரவு பார்த்தவரை - இறந்தகாலம்
என்கிறது விடியற்காலை.
தூங்கிவிழித்தபின் நீ இருக்கிறாய் - பூமியில்
அதை புதுபிறப்பாக அனுதினமும் கொண்டாடு
என்கிறது இன்றையநிலை.
பார்க்கும் முகங்களில் - புன்னகைப்
பூக்களை நட்டுவை,
பச்சைப்பசேலென உன்னைச் சுற்றி படரவை.
சண்டையிட்ட நண்பனிடம் - சமாதானக்
கொடியைப் பறக்கவை.

சந்திக்கின்ற ஒவ்வொன்றிலும் ஏதேனுமொன்றைக்
கற்றுவை.
ஒவ்வொரு நாளிலும் முழுமையாக நிறைந்திடு,
ரசிக்கப்பிறந்தவனாய் வாழு - அப்பொழுது
இயற்கை கசிகின்ற ரகசியம் புரியும் - அதில்
அனுபவிக்கும் ஆனந்தமே,
ஆயுள் தரும் இன்பம்!.

Nandhini.M

இன்பத்தின் வரையறை

குழந்தை பருவத்தில்,
குறும்புகள் செய்து - குழந்தையாக,
வாழ்ந்தது இன்பம்.

வளரும் பருவத்தில் வெற்றி - அடைய
தோல்வியேயை வென்றது இன்பம்.

வாலிப பருவத்தில் தவறுகள் செய்து - அதை
சரிசெய்ய கற்றது இன்பம்.

இளமை பருவத்தில் வாழ்க்கைகாக - போராடி
வாழ்ந்தது இன்பம்.

முதுமை பருவத்தில் முழுவதும் - வாழ்ந்து
முடித்ததில் இன்பம்.

Pavithra Murugan

இன்பமான தருணங்கள்

வண்ண நிலாவை வட்டமாய் கண்டால் வருவது
பேரின்பம்.
எண்ணம் கொள்ளை கொள்ளும் இயற்கையும்
இன்பமயமே.
மண்ணில் வீழும் மழைத்துளியால் எழும் மண்
வாசனையோ இன்பம்.

கள்ளம் இல்லா செல்லப்பிள்ளையின் கன்னக்குழி
முத்தம்.
கள்ளைப்போலே மயங்கச்செய்யும் கழிபேர் உவகை
தரும்.
முல்லைபோலே முகமலர்ச்சிரிப்பால் உள்ளமது
இன்பம்.
நல்ல மெல்லிசை நம் செவி கேட்க நாடி
நரம்பெல்லாம், துள்ளி எழுந்து இதயம் கொள்ளும்
இனிமை.

அரும்பிடும் உணர்வை விரும்பிக் காண்பதில் ஓர்
இன்பம்.

மடியில் முட்டி மாந்திய பாலால் மயங்கிய உறக்க
நிலை, அன்னையின் மடிசுகம் அந்த கதகதப்பும்
ஆனந்தம்.
பட்டம்விட்டு மொட்டை மாடியில் பார்த்து
ரசிப்பதிலோ,
கொட்டும் மழையில் குளித்த - மகிழ்ச்சி
கொள்ளை கொள்ளை இன்பம்.

விண்மீன் உருகி வீழ்வதாய் எண்ணி வியந்து
பார்க்கையிலே, மின்மினி அருகில் மெதுவாய்
வருடுவது வசந்தமே.
கண்மணி என்று கட்டிப்பிடிக்க கவலை பரந்தோடும்.
அன்னையவளின் அன்பே எனக்கு இன்பப் பேருலகம்.
இறைவன் படைப்பில் எல்லாம் நமக்கு இன்பம்
தருகையிலே குறையே சொல்லி குற்றம் கண்டால்
இன்பம் நமதாமோ!.

வேணு கோபாலன்

இன்பம்

ஓர் பெண்மையின் உயர்நிலை - ஆணின்
அடுத்த அத்தியாயம் அங்கு பயிராய்
தலைநிமிர்கிறது.

தன் சூழை வார்த்தையாக்க அவள் படும் - நாணத்தில்
வைரமும் வீரியமற்று போகும்.
வாய்திறந்தும் ஊமையாவாள்.

ஓர்வழியாய் அத்தி பூக்க அவள் மலர்ந்திடுவாள் -
ஆணின்
அத்துனை தைரியமும் அற்றுபோய்,
அவன் விழிநீரும் அனுமதியின்றி வழிந்தோடி,
அப்பயிரை வரவேற்றிடும்.

வலுவிருந்தும் கெதியற்றவனாய் அவளிரு - கண்ணக்
கதுப்பை சுமந்திருப்பான் பெருமையோடு.
அவளும் அங்ஙனம் தன் முதற் - குழந்தையாய்
பாவித்திருப்பாள் அவனை.
அந்த நினைவின் களிப்பே
இன்பம்!.

Venu Sarathy

இன்பம் இசை பாடும் கடற்கரை

வாழ்க்கை இன்பம் பெற வாழ,
பெரும் தேடலின் - நான்
கண்ட சிறு இன்ப தருணங்கள்.
பணம் தேவை இல்லை,
பகட்டு வாழ்க்கை தேவை இல்லை.

நிரை நிரம்பிய போதிலும்,
என்னவளுடன் எந்தன் வாழ்வை
மனம் நிறைய - கையில்
கிடைத்ததை பகிர்ந்து,
விசாலமான கடற்கரையில்
விறுவிறுப்பான மனிதர்களுக்கு மத்தியில்,
காதல் பகிரும்
கிழவன் - கிழவியிடம்
நானும்
உணர்ந்தேன்
இன்பத்தை!.

Chandrasekaran Babu

இன்பமில்லா இடமேது

தேனுறுஞ்சிய வண்டும் பசிமறந்து,
பறந்துபோக பசியாற்றிய தாய்மையில்
மலருக்கோர் இன்பம்.

மண்வாசம் மணம்பரவ தூவானம்
துள்ளிபோடும் துளிதுளி தூரலதில் - மனிதனை
மழலையாக்கிய மழைக்கோர் இன்பம்.

அன்போ ஆசையோ அகத்திலே அடைகாத்து,
யாதுமானவன் காட்டும் அரவணைப்பு
அடங்கிய அதிகாரமோர் இன்பம்.

காலம் கடந்தபின்னும் - வாஞ்சை
நினைவுகளில் கவிதையாய் துடிக்கும்
வாலிபமோர் இன்பம்.

கைப்பற்றி ஆறுதலுரைத்து கைகோர்த்து -
உடன்நிற்கும்
துணை கிடைத்துவிட்டால் சோதனையுமோர் இன்பம்.

அணுஅணுவாய் ரசித்து நொடிசிந்தாது அனுபவித்து
வாழ பழகினால் வாழ்வில்,
இன்பமில்லா இடமேது!.

மாயாதி

இன்பமே மானிட வாழ்க்கை

காம இச்சையின்றி கருத்தரித்தேன் - கண்களை
மூடியே கருவறையில் பத்து மாதம்.
கைபிடித்து கால்தடம் பதித்தேன் இவ்வுலகில் -
கருவறையில்
கண்ட கனவுகளை நிகழ்தலாமென்று.
மழலை பருவமும் மயில்தோகை ஆடவே - மானிட
வாழ்வும் இன்பமே!.

கால் நடையில் காலங்கள் கடந்தன.
போரட்ட வாழ்வில் போர்க்களமும் நிகழ்ந்தன.
புரட்சியும் நடந்தன, புத்தகத்தில் இடமும் பெற்றன்.

மகிழ்வித்த பாதையில் மானிட பயணத்தில் - கற்றலை
தொடங்கி கற்பித்தல் வரை ஓர் கவிஞனாக நிற்பதும்
இன்பமே!.

விதைக்கப்பட்ட விதைகள் கருகும் முன்னே -
வருணதேவன்
வருகையால் மண் விண்ணைப்போல் பிளப்பதும்
இன்பமே.
கடின வாழ்க்கையை கடின - உழைப்பால்
வெல்வதும் இன்பமே!.

மு.சிவசண்முகம்

இன்னும் கொஞ்சம்

என்னதான் நடந்திடட்டுமே உன் வாழ்க்கையில்,
என்னைப் போல கொஞ்சம் முயன்று பார்.
இரவின் இருளை கிழித்தெழும் அதிகாலை - ஒளியை
கொஞ்சம் உள்வாங்கிப் பார்.

தொலைதூர பயணம் கொஞ்சம் தனியாக பயணித்துப்
பார்.
மழையின் சாரலில் உன் மனச் - சிறகுகளை
கொஞ்சம் உலர்த்திப் பார்.

மலையின் முகிலோடு கொஞ்சம் மனதை பறிகொடுத்துப்
பார்.
கடலின் அலைகள் உரச காலார கொஞ்சம் நடந்து பார்.
தீண்டிடாத தீயில் கொஞ்சம் குளிர்காய்ந்து பார்.
இனிமையான இசையில் கொஞ்சம் - இதயத்தை
நனைத்துப் பார்.

பௌர்ணமி ஒளியோடு கொஞ்சம் ஒழிந்து கொள்ளப்
பார்,
பூமியின் மார்பில் கொஞ்சம் துயில் கொள்ளப் பார் -
இப்படி
யாதொன்றிலும் இன்பத்தை கொஞ்சம் தனியாக -
லயிக்க
முயற்சித்துப் பார்.

என்னதான் நடந்திடட்டுமே உன் வாழ்க்கையில்,
உண்மையில் உன் வாழ்க்கை இன்னும் கொஞ்சம்
இன்பமயமாகவே இனிக்கும்.

கோவை கலை கனி

உமையவள் முகமதில்

பொழுதோட ஒல பொங்கும்
பொழுது சாய ஊடுசேராட்டி
அவ மனம் பொங்கும்.

பொழுதுக்கும் பொலம்பி தள்ளும்,
பொம்மையாட்டும் கொஞ்சும்,
பொய் சொல்லும் (உனக்காட்டி) போய்ட்டு வரன்
சொல்லவும்,
முகம் பாதி வாடி நிக்கும்.

பாதி வழி கூட வரும் பாத்து போனு
பத்து முறை சொல்லும்.
பத்து ஐஞ்சு கைல தரும் அடேய் - பால்
அப்டியேகெடக்குடா, பாதி வழிபோன பின்ன கத்தும்.

அத்தோட நிக்காம, தொரத்தி வந்து,
அர சட்டி பிடிக்கும் அந்த குடுவைய,
தொண்டையில ஊத்திட்டு மனசு நெறய சிரிப்பா,
அந்நேரம் அவ மொகத்துல தெரியுமே
அதுதா
மெய் இன்பம்.

ரா

உன் இதய கூட்டில் என் இதயம் கோர்க்கவா

உன்னை கண்ட நாள் முதல் என் மனதில் ஏற்பட்ட
மாய மாற்றங்கள் - இது இன்பமா
யாரிடமும் ஏற்படாத உணர்வினை உன்னிடத்தில்
உணர்ந்தேனே - இது இன்பமா

உன் பார்வை என் மீது பதிந்த அந்த நொடி என்
இதயம்
முத்துக்கள் போல் சிதறியதே - இது இன்பமா
நீ உனது காதலை என்னிடம் தெரிவித்தும் என்னால்,
என் மனதினை உன்னிடம் தர இயலாமல் தவித்த
அந்த வேதனை - இன்பமா
உன் குணத்தில் மயங்கி அதை உன்னிடம்
சொல்லாமல்
தயங்கிநின்ற பொழுதுகள் - இன்பமா

யாதொன்று இன்பம் என் காதலை வெறும்
சொற்களால் தெரிவிக்காமல் - உன்னிடத்தில்
செயலால் நிரூபித்து அனைவரது முன்னிலையிலும்,

என்னை உன்னிடத்தில் சமர்ப்பித்து - நாம்
கை கோர்க்கும் அந்த கணமே - நான்
எதிர்பார்த்து உணர காத்திருக்கும்
இன்பமாகும்.

தாருகாஸ்ரீ பா

எண்ணிலடங்கா இன்பங்கள்

அழகிய குழந்தையை தூக்கிக் கொஞ்சும் ஆனந்தம்,
ஆசை மனைவியின் நெற்றியில் முத்தமிடும் தருணம்,
இசையைக் கேட்டே படுத்துக்கிடக்கும் இரவுகள்,
ஈதலின்போது மனமகிழ்ச்சியை உணரும் நொடிகள்,

உனது, எனது என்றறியா உன்னத நட்பு,
ஊரார் நம்மை வியந்து பாராட்ட,
என் மகன் இவனென கலங்கும் விழிகள்,
ஏற்றத்திலும் இறக்கத்திலும் மாறா உறவுகள்,

ஐயமின்றி சமூகத்தை எதிர்கொள்ளும் பெண்கள்,
ஒன்றுகூடி வாழ வேண்டுமென்ற நம் கலாச்சாரம்,
ஓடியோடி உழைத்தே தொலைத்த இளமை,
ஔடதமின்றி ஆரோக்கியமாய் கழியும் முதுமை,

நினைக்கையில் பொங்கி வழியுது இன்பம்
இன்பத்திலும் இன்பம்,
துன்பத்தில்
இன்பம்!.

Karthick M

எதார்த்த இன்ப நிலை

பட்டும் படாமலும் தொட்டு செல்லும் - மேகங்களும்
எட்டி பார்க்கும் இன்ப பொழுதை தந்து விட்டு
செல்லுதே.

வார்த்தைகள் ஆயிரம் சொல்லியும் வரா இன்பம்
ஒரு பார்வையில் சொல்லில் அடங்கா
இன்ப வெள்ளத்தை சொல்லாமல் தருகிறானே!.

ஏங்கும் ஏக்கம் எல்லாம் எதிர் பார்த்த
ஒருவர்
தன் மீது தீராத காதலை தரும் நொடியில்,
உலகின் மொத்த இன்பமும்
எனக்குள் ஊஞ்சல் ஆடுகிறதே!.

காலம் கடந்து அழியாத இன்பத்தை வாரி வழங்கும்
தாயும், மொழியும்,
உணர்வுகளை உட்கொண்டு - வாய்
திறந்து சொல்லும் போதே
இன்பத்தை தத்தெளிக்கிறோம்
நாம்!.

திலகவதி கண்ணன்

எது இன்பம்

பிள்ளை அமுதின் அழுகுரல் இன்பம் - மழலை
மொழி பேசி எட்டுத் திங்களில் எட்டு அடி வைத்து,
பைய பைய வளர்தல் இன்பம்.

கசந்து போகாத கல்வி இன்பம்,
கனிவோடு கற்றல் இன்பம்,
கலக்கமில்லா கனவுகள் இன்பம்,
இளைப்பாறாத இளமை இன்பம்,
இயற்கையின் பேராற்றலை இரசித்தல் இன்பம்.

பெருமிதமில்லா வெற்றி இன்பம்,
நஞ்சில்லா நட்பு இன்பம்,
காமமில்லா காதல் இன்பம்,
திரியாத திருமணம் இன்பம்,
ஊடலில்லா உறவு இன்பம்.

எதிர்பார்ப்பில்லாத ஏதிலார் இன்பம்,
ஓய்ந்து போகாத உழைப்பு இன்பம்,
செருக்கு இல்லாத செல்வம் இன்பம்,
அழியாத நினைவுகள் இன்பம்.

கண்ணீரும், கம்பலையும்,
இன்பம் தூற்றாத ஒப்பாரியும் இன்பம்.
மொத்தத்தில் மனிதன் செல்லுமிடமெல்லாம்,
மனமும்
சென்று மகிழ்தல்
இன்பம்!.

Dharagai

எது உண்மையான இன்பம்

கூச்சலிட்டு ஆரவாரம் செய்வதிலா
உள்ளது இன்பம்.

இடுப்பெலும்பை விரித்து,
தாங்க முடியா வலியில் கதறி,
ரத்த ஓடையில்,
தான் பெற்றெடுத்த சிசுவை - கையில்
ஏந்தும் பொழுது,

அத்துனை வலியையும் மறந்து,
கண்ணீருடன் நகைப்பாளே - அச்சிரிப்பினில்
உள்ளது உண்மையான
இன்பம்!.

எழுத்தாணியாக நான் (கலை)

என் அவனின்

ஏனோ ஒரு எழுச்சி என்னுள் - திசையெட்டும்
திகைக்க தீதின்றி தீண்டி,
தீண்டலானதொரு தினத்தில் - திவ்யத்தை
அருளினான் என்னவன்.

கண்களால் கதைத்து கனி - அமுதை
ஈட்டினான் என் கண்ணன்,
வருகையில் வசம்பானது - வருடலில்
வானின் மழையானது.

அரவணைப்பில் அமுது அளித்தான்
என் அரசன் - மன்னனவன்
மணிமுத்ததால் கருவாகி உருவானதொரு
பாவை.

பரவசம் அளித்ததே பத்தொரு திங்கள்,
ஆர்பரிக்கும் ஆற்றல் உடையவன்
அமைதி கொண்டான் ஏனோ,
ஊற்றெடுக்கும் உணர்வுகளில் - ஊறு
ஏதும் இல்லையே,

தேவி அவள்
வருகையின் வசந்தமே,
யாம் கண்ட
பேரின்பமே!.

Megala. S

என் ஆசையெல்லாம் நீயே

எனதொரு ஆசையே யாம் காணும் இன்பமே,
முதலில் உன்னை ஊடுகதிரில் பார்க்க ஆசை,

உன் அசைவை உணர்ந்து பார்க்க ஆசை,
நீ உதைக்கும் வலியை - ரசனையோடு
தாங்கி கொள்ள ஆசை.
நீ வெளிவந்த பின் உன் பிஞ்சு - மேனியை
என் கையில் ஏந்த ஆசை.

உன் பாதம் தொட்டு முத்தமிட ஆசை,
உன் அழுகையை கேட்க ஆசை,
உன் மழலை சிரிப்பை ரசிக்க ஆசை,
உன் மொழியில் உன்னை கொஞ்சி விளையாட ஆசை.

ஒவ்வொரு கணமும் என் வாழ்க்கையை,
உன்னோடு கடக்க ஆசை.
என் ஆசையெல்லாம் நிறைவேற - இன்னும்
எவ்வளவு தூரம் கடக்க வேண்டுமோ என்ற
ஏக்கத்துடன் உனக்காக - நான்
காத்திருக்கிறேன்
அந்த ஒரு
இன்பத்திற்காக!.

Jeniffer Daniel raja

என் இன்ப தருணங்கள்

தாயின் கருவறையில் உருவுற்று,
தந்தையின் கைகளில் தவழ்ந்த போது,
தத்தித் தவழ்ந்து முட்டிமோதி - என் தாயின்
கைப்பிடித்து நடை பழகிய போது,

பொக்கை வாய்தனில் ஒற்றைப்பல் எட்டிப்பார்க்க,
என் வீட்டு தோட்ட மண்ணை ருசி பார்த்த போது,
வாத்தியாரிடம் கொட்டு வாங்கி,
அப்பாவிடம் திட்டு வாங்கி - அம்மாவின்
முந்தானைக்குள் ஒளிந்து கொண்ட போது,

பாவாடை சட்டை போய் தாவணி கட்டி வெட்கத்தில்
முகத்தை மூடிக்கொண்ட அந்த தருணம்,
பொட்டச்சியாய் பட்டம் பெற்று மேடையேறிய அந்த
வினாடி,

மணமகளாய் என்னவனின் கைகோர்த்த அந்த நொடி,
என இன்னும் இன்னும்,
நீண்டு கொண்டே போகும் என் வாழ்க்கையில் -
யாவுமே
இன்ப தருணங்களே,
என்
இன்ப தருணங்களே!.

சிற்பிகா

என் இன்ப பரிமாணங்கள்

கடும் பனியிலே சுடும் வெயில் இன்பம்.
சுடும் வெயிலிலே வரும் மழை இன்பம்.

வந்த மழைக்குள் வானவில் இன்பம்.
வானவில்லழகில் வானமே இன்பம்.

மழலைச் சொல்லழகில் தமிழுக்கே இன்பம்.
துன்பத்துச் சோதனைக்கு நண்பன் இன்பம்.

தரங்கொண்டு வளர்த்திட்டத் தகப்பன் இன்பம்.
சர்வத்துக்கும் சரிநிகராய் எந்தாய் இன்பம்.

எனக்கானவள் மடியிலே,
மரணம் கூட இன்பம்.

Kaliprasath

என்னவளின் நாணத்தில்

என்னவளின் நாணத்தில் - வீழும்
தருணத்தில் மூழ்கினேன்
முழுவதுமாய்.
சுவாசம் தடைபடுகிறது - என்னை
காப்பதற்கு எவருமில்லை.

என்னவளின் நாணத்தால் எண்ணத்தில் - சிறைபிடித்த
என்னை காப்பதற்கு எவருமில்லை,
தப்பிச்செல்ல எனக்கும் விருப்பமில்லை.

இது
வலியல்ல, வேதனையல்ல,
துக்கமும் அல்ல,

இது திகற்றாத தூய்மையான,
பேரின்பம்.
இவ்வின்பத்தில் வீழ்ந்தெழுவதே,
என்
இன்பம்.

S. Yoganandhan

என்னவளே

மேகமும் உன்மேல் ஆசை கொண்டதடி,
எட்டாக் கனி உன்னை தீண்டிட எண்ணி,
மழையாய் கரைந்தே உன்மேல் உரசிட,
வானம் கடந்தே விரைந்தே வந்ததே,
காற்றையும் கடலையும் கடந்து வந்ததே,

உன் அழகிய அங்கங்களை அணைத்து மகிழ்ந்திட,
ஒரு படர்ந்த மரமது தள்ளாடி நின்றதே,
மாமழையுது கோரமாய் தாக்கிட - அப்படர்ந்த
மரமதில் நீயும் ஒதுங்கிட,

பாவை நீயோ பயந்து நடுங்கிட,
பாரடி நானும் குடையும் பிடித்திட,
இச்சை கொண்ட மழையவன்,
என் குடை இடித்தே தரைமேல் தெரித்திட,

மழை நீரும் மண்ணீராய் தன் கண்ணீரில் தவழ்ந்திட,
என்னவள் நீயென அது மனமும் அறிந்திட,
கண்ணீரும் செந்நீரும் நம்மை கடந்தே சென்றதே,
சேர்ந்த நம் பாதம் தழுவிச் சென்றதே!.

ராஜசேகரன் போஸ்

என்றென்றும் இன்பம்

மழைச்சாரலில் நனைந்ததில் மலர்ச்சரத்தின் -
மகரந்தமோ
கொஞ்சம் குளிர்ச்சியில்,

மழையில் நின்ற மரமோ - மழைத்தூரலில்
நின்றபடி தலைத்துவட்டும் மகிழ்ச்சியில்,

மின்னலின் வருகை மின்சாரம் களைக்கயில் - நின்
சாளரம்
திறந்தவுடன் தென்பட்ட தென்றலாய் தொடங்கியது -
என்
மனமோ மயிலாடும் மகிழ்ச்சியில்.

இறைவனின் படைப்பில் யாதெனும் இன்பமே,
இயற்கையும், மனிதனும்
ஒருசேர இணைந்திருந்தால்,
தெவிட்டாது என்றென்றும்
இன்பமே!.

ஸ்ருதி, மயிலாடுதுறை.

எனதுள்ளம் தேடும் இன்பம்

என்னவனிடத்தில் எனக்கானதொரு இன்பம் - விடியும்
அனைத்து காலைகளும் உன் நெஞ்சில் சாய்ந்த படி,
விடியவேண்டும்.

கதிரவனும் வெட்கத்தால் கண்ணை,
மறைக்க வேண்டும்.
முடியும் அனைத்து நாட்களும் உன் தோளில்,
அணைத்த படியே முடிய வேண்டும்.

நிலவும் நாணத்தால் இணைந்து,
உறவாடா வேண்டும்.
உன் பாதம் பதியும் தடம் தேடும் - எனதுள்ளம்
காணும்
பேரின்பம்

மு. மம்தா

என் மனதின் இன்பம்

ஏழை எளியவர்க்கு கொடுத்து உதவுவதில் இன்பம்,
ஏழை பிள்ளையும் பணக்காரர் பிள்ளையும் - ஒரே பள்ளியில்
படித்தால் இன்பம்.

தோல்விகளைக் கண்டு தோற்றம் பெற்று - வெற்றி
பெறுவது இன்பம்.
அழகான நிலவையும், அன்பான உறவையும் - அழகிய
கண்களால் பார்ப்பதொரு இன்பம்.

உலகிற்கு உழைத்து உழைத்து துனி கொள்ளாமல் - உழைத்துக்
கொண்டேயிருக்கும் விவசாயிகளுக்கு முன்னுரிமை
கொடுத்தால் இன்பம்.

இறைவன் கொடை அளித்த - இயற்கையை
இன்றளவும் போற்றி மாசுபடுத்தாது பாதுகாக்கும்,
இறைவன்தான் விவசாயிகள் என்று சொல்வதில்
அளவில்லா இன்பம்.

வானம்போல் போர்வையாய் வளர்த்த - வனப்பான
வயதான பெற்றோர்களை முதியவர் இல்லத்தில்,
சேர்க்காமல் வாழ்ந்து வாழ வைப்பதே இன்பம்.

இறைவன் படைத்த,
அகிலத்தில் அன்பால் அரவணைத்து,
வாழ்ந்து சாதிப்பதே
எனது இன்பம்!.

செ.சினேகா

ஏக்கத்தின் இன்பம்

அவளின் வருகைக்காக
காத்திருந்து,
சூரியன் கூட மறைந்து போகும்.
நிலவொளி கூட ஆலத்தில் - அமர்ந்து,
ஓய்ந்து போகும்.

கடிகார முற்கள் எல்லாம்
முட்டிக்கொண்டு - அவளின்
அழகை ரசித்து ஓடும்.

அந்தியும், பொழுதும்,
கலங்காமல் செல்லும் - பனிமலர்
கூட ஏக்கத்தினால் பூத்துக்குலுங்கும்.

காலாவதியாகும் நாழிகையுடன்,
எந்தன் யுத்தமும்
முடிந்து போகும்.

ப.ஹரிணி
Kaviyin Kadhali

ஒரு பெண்ணின் குமுறல்

கண்ணோடு காதல் பேசி காதல் பரிசை
கருவாய் சுமக்கும் காலம் எப்போது,
மாதம் எண்ணி மாங்காய் தின்று - மசக்கை
அடையும் மார்க்கம் எப்போது,

சனமே என்னை மலடி என்றுரைக்க
மறுத்து பேசும் மகளின் - வருகை
எப்போது,

நின் பாதம் உதைத்து, குருதியில் நனைந்து - நீ
வெளிவரும் காலம் எப்போது,

என் மணிமுத்தே நின் வரவை நோக்கி - கனவில்
சுமந்து பிரசவத்திற்காக காத்திருக்கும் உன் கனவு
தாயின்
கனவை நனவாக்க எப்போது உதிப்பாய்
என் கருவில்,

என் கண்மணியே - நின்னது
வருகையில் பொழியும் வசந்தமே,
யாம் காணும்
பேரின்பமே!.

Priya

கண்டேன் அவனை

எனை அறியாமல் என்னுள் புகுந்து - என்னுள்
சிம்மாசனம் இட்டு அமர்ந்த அவனை கண்டேன்
என் இல்லத்தில்,

அவனை கண்ட நொடியில் - என் மனதில்
என்னென்னவோ ஆர்பரித்து ஓடியது.
அவனை கண்ட நொடி நான் மகிழ்ச்சியின்,
உச்சிக்கே சென்று கொண்டு இருந்தேன்.

அவனே
என்னவன் என அறிந்த தருணம் - யான்
பெற்ற இன்பம் மிகப் பெரியது.

என்னவனுடன் இப்போது யான் பயணிக்கும் -
தினங்கள்
எல்லாம் எனது மகிழ்ச்சி எனும்,
பக்கங்களில் மனம் ததும்புதே!.

பு. பொற்கொடி

கண்ணீர் காட்டும் இன்பம்

இதயம் தொட்ட மலரை காதலன் நீட்ட,
ஆசையோடு தலையசைத்து அணைத்துக் கொண்ட,
காதலியின் கண்ணீரில் இன்பம்.

இரவு நேர மென்மையில் - முதல் முறை
ஆண்மை உணர்ந்து ஆனந்தம் கொண்ட,
பெண்ணின் கண்ணீரில் இன்பம்.

பிரசவ அறையில் கண்திறவாமலிருந்த -
மனைவியையும்
மகவையும் கண்ட தகப்பனின்
கண்ணீரில் இன்பம்.

மகளின் வளர்ச்சி, மலரின் மலர்ச்சி,
மங்கையின் பூப்பெய்திய செய்தி கேட்ட - தாயின்
கண்ணீரில் இன்பம்.

தானம் செய்த தாய் தந்தையர் - மருமகனிடம்
மகளை கன்னிகாதானம் செய்த - பெற்றோரின்
கண்ணீரில் இன்பம்.

காலம் கடந்தும் வாழ்க்கையில் - கச்சிதமாக
நினைவிருக்கும் கண்ணீரில்
இந்த
இன்பங்கள்!

காவியா செங்கொடி

கல்வி

கல்வி ஒரு கற்கண்டு - அதில்
கரையேற பல சிறப்புண்டு.
கற்றால் உனக்கு மதிப்புண்டு - அதில்
கவலை மறக்க செய்யும் மருந்துண்டு.

கல்வியிலே பல கலையுண்டு - அதை
கவனித்துப் படித்தால் உயர்வுண்டு.
அப்துல் கலாம் போல் கனவுகண்டு - நீ
அறிஞன் ஆகலாம் மகிழ்வுண்டு.

அன்னம் இன்றி அழுதவனுண்டு - அதை
அறிந்து கற்பவன் பலருண்டு.
அறிவை வளர்க்க நீ முந்து - உன்னை
அழைக்க ஆயிரம் பேர் வருவதுண்டு.

கல்வி ஒரு தேன்கூடு - அதை
தின்னத் திகட்டாத தேனுண்டு.
உண்மை இதையும் நீ நம்பு,
உயர்வான வாழ்வு உனக்குண்டு.

ச சுபநிதி சுப்ரமணி

காணாப்போன இன்பம்

அந்திப் பொழுதில் ஆதவன்
பச்சைக்கொடி பிடிக்கும் மரங்கள்,
பாடித் திரியும் பறவைகள்,
நெளிந் தோடும் நீரோடைகள்,
நடை பழகும் மழலைகள்,
நெஞ்சோடு அணைக்கும் உறவுகள்,
இன்ப வெள்ளத்தை என்னுள் பாய்ச்சிய - இறைவனின்
இயற்கையே உன்னை மாற்றியது யார்?

இடிந்த வரலாற்றுச் சின்னங்கள்,
படிந்த இரத்தக் கறைகள்,
மடிந்த மானுட செயல்கள்,
வடிந்த கண்ணீர் ஓலங்கள்,
ஒடிந்த கூட்டு உறவுகள்,
விடிந்த துக்கமான விடியல்கள்,
அகன்று விட்டதே அரைநொடியில்,

இன்பத்தின் வெளிப்பாடான ஒவ்வொன்றும் -
துன்பத்தின்
வெளிப்பாடாக மாறியதே,
தொற்றுக் கிருமி மட்டுமல்ல,
பரவிவருவது சுயநலமும் தான்!

Victoria.J

காத்திருப்பின் இனிமை

கதிரவன் உறங்கும் நேரம்
வாழைத்தோப்பருகே,
ஆத்தங்கரை ஓரம்
குயிலுக்கு போட்டியாய்,
நான் பாடிய பாட்டுக்கு
சில்லென்ற காற்று இசையமைத்து,
அதற்கேற்ப வாழை மரமும்
குதுகலமாய் ஆடி,
அதைப் பார்த்து ரசித்தபடியே
மனசு முழுக்க - என்
மாமனின் நினைவோடு - அவன்
வருகைக்காக,
காத்திருக்கும் ஒவ்வொரு - கணமும்
எனக்கு இனிமை தரும்
இன்பமே!.

Thanga Malika P L

காதலின் இன்பம்

சண்டையிட்டு வடிந்த - கண்ணீர்
துளிகள் எல்லாம் படுக்கையில்,

தேன்முத்தத்தின் சத்தங்கள்,
ஈரக்காற்றின் உஷ்ணன்கள் - வடியும்
வியர்வை துளியில்,
போதுமென நான் நினைக்க,
வேண்டுமென நீ அழைக்க,

மறுக்க முடியாத - நானும்
தவிர்க்க முடியாத - நீயும்
கட்டி தழுவி படுக்கையில்,

சிக்கி தவித்தேன் கூந்தலில் - அவிழ்ந்து,
முடிக்கும் முன்பே மறுமுறை
உன்னிடம் படிவதே,
எனதொரு இன்பம்
அன்பே!.

கே.ஜி.அஸ்வின்குமார்

கானல் நீரான கனவு

கனவு மூடையை சுமந்து - கல்லறை
வாசலில் அமர்ந்தோம் காலமெனும் - தேவதையை
கண்ணாப் பின்னமாக செலவழித்ததனால்.

திருந்தி திரும்பவும் - நான்
காலம் தேவதையிடம் கண்ணீர் துளிர்த்து,
கடனாக கானல் நீராக - கனவை
பெறுகிறேன்.

இமயமலை போல் உள்ள ஞானத்தை - ஈரம்
நிறைந்த மூளை சூழ,
பிணி என்னும் காயம் சூழ்ந்த - மக்களுக்கு
மருத்துவம் வழங்க,

வெண்ணிற ஆடையை சற்று சரிசெய்து,
இதயத்துடிப்புமானி கழுத்தில் தொங்க - நோயாளியை
பார்த்த வண்ணம் நடந்து வந்தேன்.

கானல் நேரம் முடிவுற்றது.
கனவின் இன்பம்
நிறைவுற்றது.

அப்சல் அகமது

கனவிலும் நீயே

என் கனவிலும் உன்னை - காணும்
எண்ணம் கொண்டேன்.
என் விழி திறக்கையில் - உன் முகம்
காண ஆசை கொண்டேன்.

உன்னிடம் பேசுகையில் - வார்த்தைகள்
சண்டையிட கண்டேன்.
என் மனதில் உன்னை தவிர - வேறொரு
எண்ணம் காணேன்.

நான் காணும் அனைத்திலும் - நீயே
என்று கண்டேன்.
அதனால் தானோ நான் - உன்னிடம்
தஞ்சம் கொண்டேன்.

தஞ்சம் கொண்ட நெஞ்சத்தை நீ - கொள்ளை
கொண்ட இரகசியம் என்னவோ,
நான் கண்ட சொர்க்கம்
அதுவோ!.

Meenakshidevi

கேளடி பெண்ணே

சிறு துளி பெரு வெள்ளமாம்
எவ்வளவு நிதர்சனமான
உண்மையடி,

துளி துளியாய் விழுந்த உன் கண்ணீர்
பெருங்கடலாய் இருக்குதடி,
கங்கையை போன்ற தூய்மையான கன்னியே - உன்
கண்ணீர் உன்னை விட்டு நீங்கி வருந்தி
உப்பாய் கரிக்குதடி,

பாவம் சுமந்த சாபத்தினால் உன் - கண்ணீர்
கடலாய் பல பாவம் போக்குதடி,
உன் பொறுமையை பறைசாற்ற எண்ணிய - கடலும்
அலையாய் ஆர்ப்பரிக்குதடி,
சில சமயம் கோவம் தாழாது - ஆழிப்
பேரலையாய் மாறுதடி பெண்ணே,

உன் முன்னே யாவும் சிறியதடி - அதனால்
தான் என்னவோ உலகமும்
சுழலுதடி!.

கவிஞர். ருத்ரா

சமூக சிதைவின் சீர்திருத்தமே சாலயின்பம்

ஓட்டெனும் பேராயுதம் விற்கப்பட்ட - நொடியே
இழந்து விட்டாயுன் பாதுகாப்பை,
கொடியவனிற்கு கொடி பிடித்திட்ட - தருணமே
விற்றிட்டாயுன் எதிர்காலத்தை,

இன்னு மடங்கும் எண்ணமிருந்தால்
ஆள்பவனுக்கு அடிமையாகு,
என்று மெதிற்கும் எண்ணமிருந்தால்
அவனுக்கே எதிரியாகு,

வழிநடத்திட மனமுண்டு - விண்
தொட்டிட குணமுண்டு,
தியாகம் செய்திட உயிருண்டு - வியூகம்
வகுத்திட வலுவுண்டு,
எனவெண்ணும் கொள்கை கொண்டு
தொண்டாற்றும் மனிதனுண்டு,

அவன்கண் வாய்ப்பளிக்க விரல்தனில் - ஆயுதம்
கொண்டு நாம் செதுக்கும் - உலகம்
கண்டு பிறப்பதே,
மெய் ஞான
இன்பம்!.

Abish. S.

தலைவன் அவன்

காதல்காரனின் கண்பட்டு
கந்தல் ஆவது,
கவிதைக்காரனின் இதழ்பட்டு
இன்னல் விடுப்பதும்,
ஆசைக்காரனின் அணைப்பில் - நினைவில்
வாழ்வதும் என் இன்பம்.

அவன் அருகில் இல்லாததால் - இதயமது
துடிக்க மறுப்பதும் - இமையது
மூட மறப்பதும்,
அழகிய பெறும் துன்பம் - அழியா
புதுவகை இன்பம்.

அழகன் அவன் அன்றி,
வேறென்ன என் இன்பம் - தலைவன்
அவன் என் ஏழாம் சுவை - அதுவே
என் நீங்கா பேரின்ப
குடுவை.

ஞாழல்

தனிமை

எனை செதுக்கும் உளி நீ - நான்
காணாத யாவும் உன்னோடு ரசிக்கையில் வியப்பு.

என்னுள் நான் யார் என்ற கேள்வியை,
அறியத் தூண்டும் உந்துதலே - துணையாக
நீயிருக்க நான் நடிக்க நினைக்கவில்லை.

நல்ல சிந்தனைகளை நீ என்னுள் விதைக்க -
எனக்கான
அடையாளம் உன்னில் கிடைக்க - ஏன்
சில நேரங்களில் பயந்து விலகி செல்கிறேன்.

உன்னைவிட்டு பிரிவளித்த போதும் - என்
கண்ணீர்த் துடைக்க உன் கைகள் நீளும்.

மறந்தாலும் என் இருப்பின் - அர்த்தம்
சொல்ல வந்த என் இனிய
தனிமை நீ!.

மயிலான்ஜி

தளர்ந்து விடாதே

காகித பூக்கள் போன்ற மெல்லிதாக உள்ள - உன்
கனவு சிதறடிக்கபட்ட போதிலும் தள்ளாடி விடாதே,

இரை தேட சென்ற உன் இன்பங்கள் -
எரிக்கப்பட்டாலும்,
நீ மாய்ந்து விடாதே,

உன்னை பற்றியெறியும் சாதனை என்ற - நெருப்பை
அணைத்து விடாதே,

காண்டீபமத்தை உன் மனது எதிர்த்து நிற்க வேண்டும்
நீ மாய்ந்து விட அல்ல,

நீ தந்த இன்பத்தை போல் வேறு ஒரு இன்பத்தை,
இந்த சமூகம் காணவில்லை என பிறர்
போற்றும் படி,
வாழ்ந்து விட!.

கவிஞர் விஜய் கண்ணையராஜ்

தாயின் அன்பு

வருடம் ஏங்கி வரமாய் வந்தாய் வம்சமாய்,
கருவில் சுமந்த நின்னை உருவாக - கண்டேன்
எனது கதறல் இசையில்,

வலியிலும் இன்பம் தந்தாய்,
விழியிலும் நீரை பொழிந்தாய்,
நீங்காத நிறைவானது - நின்னது
அழுகுறலின் ஆனந்தம்.

தவம் கொண்ட எனக்கு தாயென்று பெயரிட்டாய்,
இடர்பட்ட நாளிலும் இன்பமளித்தாய் இனியவளாய்,
காலம் கடந்தும் கண்களில் - கானம்
மறையவில்லை ஏனோ,

வலிகள் பல கண்டேன் விழிகளில் கண்டேனில்லை,
உனதொரு இன்பம் காண - யாதொரு
இடரையும் கடப்பேன்.

இடரிலும் இன்பம் கொண்டேன் - பேரழகி
பேரன்பிற்கு பேதையும்
விதிவிலக்கல்ல!.

Nasreen @ Noor Fathima A

தித்திக்குதே

உன் கண்கள் சமிக்ஞையினால்,
ஏதோ சொல்கிறது.
இதுதான் பார்வை மொழியா!.

உன் இதயம் என்னை,
துடிக்கச் செய்கிறது.
இது பாரடேயின் மூன்றாம் விதியா!.

உன் கை பிடித்து நடக்க நம் விரல்களும்,
விவரம் புரியாமல் பேசிக் கொள்ளும்,
உன் பெயர் சொல்லி அழைக்க என் மனம்
தித்திக்கும், திருப்தியடையும்.

என் உணர்வுகள் எழுத்துக்களாக மாற நினைக்கும்,
உன்னை எழுத என் எழுதுகோல் துடிக்கும்,
எண்ணங்கள் கரைபுரண்டு ஓடும்.

வசந்தத்தின் வருகையாக நீ வந்தால்,
என் வாழ்விற்கு புது அர்த்தங்கள் கிடைக்கும் -
இன்பமான நீ,
இன்னிசையாக மனதில் நுழைந்தால் மாறுதல் நடக்கும்,
யாதொன்றும் இன்பமாய்!.

கு.நந்தகுமார்

தீராத அன்பு

வானை விட உயர்த்த இடத்தில்
உள்ள தேவதை அவள்.
அன்பை அள்ளி தரும்
அழகி அவள்.

வண்ண மீன்களும் வியந்து பார்க்கும்
கயல்விழி அவள்.
அவளையும், அவள் அன்பையும் - நான்
அடையும் நேரம் மகிழ்ச்சி என்ற - கடலில்
நான் மூழ்கும் நேரம் - இன்பம்
என் காலடியில் கிடப்பதை உணர்கிறேன்.

மீண்டும் மீண்டும் இன்பம் தரும் - தீராத
அன்பினால் என்னை மறந்து - அவளின்
மடியில் உறங்குவேன்.

அழகிய மலர் போன்ற கைகளில் - என்னை
போன்ற சாயலில் ஒரு குழந்தை - எங்களின்
திருமணத்தை தொடர்ந்து எங்கள் வாழ்வில்
வந்த,
இன்பத்தின் வெளிப்பாடு.

Santhiya L

தேவதை

என்னவளின் கண் அசைவு,
ஆயிரம் மொழி பேசும்.
அவளின் மென்மையான - புன்னகையில்
மெல்லிய மலரும் தோற்றுபோகும்.

அவளின் காந்த குரலினை கேட்க
குயிலும் தவம் இருக்கும்.
அவள் வரும் இனிய தருணத்தில் - எழில்
கொஞ்சும் இயற்கையும் வெட்கம் கொள்ளும்.

இயற்கையின் இளவரசி - என்
அன்பினை ஏற்று அனைத்தினையும்,
இன்பமாக மாற்றினாள்
என் தேவதை!.

தில்லை நடராஜன். பா
(இதய தூரிகன்)

நினைவெல்லாம் அவன்

என்னவனே,
விண்மீன்கள் பார்த்தாலும் உன் ஞாபகம்
மண்மீன்கள் பார்த்தாலும் உன் ஞாபகம் - தினம்
தினம்
கரையேறுகிறது மனதோடு.

உன் நினைவுகளுடன் உறவாடுகிறேன்,
நீ விளையாடிய என் காதலுடன் உன் காலடியில் -
தவழும்
பிள்ளையாய் மாறும்படி,

கள்ளமில்லா மனதோடு கவலையில்லா உறவாய் -
நித்தம்
நூறு கதை பேசி அளந்தோம் - இன்று
கானல் நீரைய் மறைந்து போனது ஏனோ,

மயிலிறகாய் உன்நேசம் மனம் வருடி மாயமாய்
சென்றதேன்,
இம்மாய உலகின் மயான அமைதிக்குள் - என்னை
மட்டும் தனியே விட்டதேன்?.

இரவினில் இதயம் உறங்க மறுத்தாலும் - உன்
நினைவில்
தினம் தினம் உறைந்து போகிறது என் மனம்.
நினைவுகளின் நிறைவான மெல்லிசையே - யாம்
காணும் பேரின்பம்!.

A.Jayanthi

நெஞ்சம் தேடியதொரு இன்பம்

தாயின் அன்பு தேடவில்லை,
தந்தையின் அறிவு தேடவில்லை,

உற்றவர்களின் சண்டைகள் தேடவில்லை,
உற்றார்களின் உபதேசம் தேடவில்லை,

நட்பொன்றின் நகையது தேடவில்லை,
குருவின் குணமோ தேடவில்லை,

உன்னுடன் இருந்த ஒரு இன்பமும்,
கண்டதொரு சொப்பனமும் - அதனுடன்
வந்த காதலும் போதுமே என்றது என் நெஞ்சம்.

உன்னிடம் கண்டவொரு காதலையும் - இன்பத்தையும்
இறுதிவரை தொடர்வதே எனதொரு பேரின்பம்.
என்னோடு கைகோர்த்து வாழ்வனைத்தும் -இன்பமாக்க
வருவாயே பெண்ணே!.

மெல்லிசைவும் மெட்டு தட்டும் - யாம்
காணும் இன்பம்
யாவும்.

B.Vinitha

புது விருட்சம்

இரு இலையாய் இந்த இளையப்பருவம் இணைந்து,
வாழ்வை வளமாய் இசைத்தோம்.
இல்லறம் நுகர்ந்தோம், இல்வாழ்க்கை மலர்ந்தோம்.

வருடமும் நீண்டன, நாட்களும் ஓடின - இறை
அவன் எங்கள் விதியில் ஒட்டவில்லையா,
இல்லை ஒதுக்கவில்லையா?.
கையிலும், மார்பிலும் அணைத்து கொஞ்ச,

ஊரார் தூற்றி, உறவினர் தூற்றி,
கலங்கினோமே, கலங்கினோமே,
கிடைக்க பெறாதா இந்த - வரமென்று
ஏங்கினோமே, ஏங்கினோமே,
பல திங்கள் ஏங்கினோமே!.

ஐம்பூதத்தை வணங்கி தவமாய் கிடந்து - செங்கூழில்
பெருங்கொடையாய் இன்னொருயிர்,
பல வருடம் பின் தோன்றிட,
கண்டோமே, களித்தோமே,
இன்பமதில்
மூழ்கினோமே!.

ழஞுங (கலாம் நேசகி அபிதா)

பெண்ணின் விழியின் மொழி

மன்னவனும் மன்றாடும் வீரம் செழித்தோனே,
மங்கையவள் போற்றும் பண்பு கொண்டோனே,

கண்ணாடி பேழையினுள் கார்குழலாய்
அடைபட்டேனே,
கவசங்கள் கண்டெடுத்து கண்ணெதிரே மீண்டேனே,

காணாத கலைநயம் விழியோடு சூழ்ந்தது,
கேளாத மொழிவளம் செவியோடு சேர்ந்தது,

புன்னகை நாணம் வெண்பனியாய் உருகியதே,
நாணத்தின் மௌனம் அலைகளாய் தொடருதே,

தேகம் உணர்வின்றி விழிகளால் பேசியது ஏனோ,
உள்ளம் ஊடுருவி காதலின் கரம் கோர்த்து,
முதலாய் முடிவற்று நேரம் நீண்டதுவே - ஆதலால்
மனமிங்கு இன்பம்
கண்டதுவே!.

Ranjani palanisamy

பேரின்பம்

மலர்ந்த மலரினை மங்கையின் - கூந்தலில்
காண இன்பம் - அதனினும்
அம்மலரினை பனிசூடி செடியினில்,
காண பேரின்பம்.

ஓடும் நதியில் நீந்திடும் மீனை - இரையாக்கி
ருசித்து உண்ண இன்பம் - அதனினும்
அம்மீனை மீண்டும் நதியில்,
சேர்த்திடவே பேரின்பம்.

என்னவளின் கரம் கோர்க்கும் - காலம்
இன்பமாயினும்,
அவள் கரம் பற்றிட - ஏங்கிய
காலங்களோ
பேரின்பம்!.

KV Arunkumar

மழலை தரும் இன்பம்

மழலையவள் இவ்வுலகை அடைந்து,
முதல் அழுகையால் தன்
உயிரோட்டத்தை உணர்த்தையில்
உறவுகளுக்கு உண்டானது இன்பம்!.

காற்றிலே கடவுளைக் கண்டு,
சிரித்து விளையாடும் சிரியவளைக் காண
இன்பத்தில் சிலிர்ப்படைவாள் தாயவள்!.

கொஞ்சும் தந்தையின் கைவிரல் பிடித்து,
எட்டி உதைத்து விளையாடும் எழில்கண்ட
அவருக்கு ஏழுலகும் வென்ற இன்பமாம்!.

தனிமையில் பேசி விளையாடிய தமையன்
அவனை கட்டித் தழுவும்,
தங்கை கிடைத்ததில் கோடி இன்பமாம்!.

பெண் குழந்தையை வெறுக்கும் சமுதாயத்தில்,
மகாலட்சுமியாக இவளை ஏற்ற குடும்பத்தில்,
இவள் பிறப்பால் துன்பம் இறந்தது,
நீங்கா நிரந்திர இன்பம் பிறந்தது!.

மு.சந்தியா

மாலை நேரத்து ஊடல்

யாரும் பார்க்காத விதத்தில்
உன் கண்கள் - என்னைப்
பார்ப்பதும்,

ஒற்றைக் கண்ணோரம்
என் வெட்கத்தை
நீ அழைப்பதும்,

உன் விரல்கள் கொண்டு - கைகள்
கோர்க்கும் போது, உன் இதழ்கள்
என்னை இறுக்க நான் - என்னுள்
உன்னை இறுக்க,

மூச்சோடு உன்னுள் கலந்து - காற்றோடு
நான் கலக்கின்ற,
மாலைப் பொழுதுகள் அல்லாது
தவிக்கிறேன்
அட என்னவளே(னே)!.

Somasundaram S
(கவிதை கிறுக்கன்)

மானிட மனம்

கவிபடைத்த நெஞ்சம் துயில் கொண்டதில்லை,
கனா கண்ட கண்கள் கலை இழந்ததில்லை,
விழிமலர்ந்த சிரிப்பில் மனம் நொந்ததில்லை,

வெள்ளந்திப் பேச்சில் விஷம் கண்டதில்லை,
காணாததை காண கண்களில் ஏக்கம் குறைந்ததில்லை,
விட்டுபோன பின்னும் நெஞ்சில் நேசம்
மறைந்ததில்லை,

ஆயிரம் சந்தோசங்கள் கிடைத்தபின்னும் - மனதில்
ஆசை தீர்ந்ததில்லை,
ஆசை யாவும் கைக்கெட்டிய பின்னும் -
பாழாய்ப்போன
மனதில் ஏக்கம் குறைந்ததில்லை,

யாவும் யாவர்க்கும் இல்லை,
எதுவும் இங்கு நிலையில்லை - எனினும்
ஏதோ ஒன்றை இன்பமாய்,
இதமாய்த் தேடி திரியும்
இம்மானிட மனம்!.

தரங்கிணி முருகன்

முடிவில் அவனுக்கேது மகிழ்ச்சி

தன்னுயிர் கொடுத்து வளர்த்த தாய்க்கு - தன்மகன்
கொடுக்கும் முதல் சேலையில் மகிழ்ச்சி.

தன் கடமையை தோளில் சுமந்து ஓய்வு கொடுக்கும் -
மூத்த
மகனை காணும் தந்தைக்கு பெருமகிழ்ச்சி.

தாயாகவும், தந்தையாகவும் நின்று உடல் உருக்கி
கட்டும்
சீரில் அண்ணனை கண்ட தங்கைக்கோ கண் வெதும்ப
மகிழ்ச்சி.

நூறுவருடமாயினும் தன்னவன் தொட்டு - இடும்
உச்சிக் குங்குமத்தில் அவனவள் அடையும்
மனமகிழ்ச்சி.

தாய்க்கு பின் வரும் தாரத்தின் மடியில் - நீண்ட
உறக்கமே அவனின்
மகிழ்ச்சி.

J Harish Kanth

முத்தம் எனும் பேரின்பம்

உன் நெற்றி மீது புரளும் முடிகளை
சற்றே ஒதுக்கி,
என் மென் இதழ்கள் உன் இமயம் தவழ - காற்றினும்
மென்மையான முத்தமிட,

உன் இமயம் கேட்ட இதழை சற்றே இறங்கி -
இமைகளுக்கும்
வேண்டுமாம் வேகமாய் படபடக்கிறது.
என் உதட்டு வரி அழிக்க, உன் இதழை கொஞ்சம் -
கடனாய்
தந்தால் இளைப்பாறிக் கொள்வேன்.

இதழில் அதிகமாய் இளைப்பாறிய காதலை - கழுத்து
வளைவில் உன் இறுகிய அணைப்போடு - இடைவிடா
முத்தமாய் நீடித்துக் கொள்கிறேன்.

படர்ந்த கேசத்தின் இடையே - காலம்
முழுதும் எனை தாங்க போகும் மார்புக்கு,
இறுதி வரை முத்தமாய் - மூச்சாய்
மரணம் தொடும் வரை
முத்தமிடுவேன்!.

சரண்யா தேவி குமரவேல்

முதல் காதல்

என்னை அறியும் முன் தோன்றி,
இறுதி வரை உன்னை மட்டும் அறிந்து,
கண்கள் பேசாமல் கைகள் கோர்க்காமல்,
மணநாள் பார்த்து மணமாலை சூடாமல் - மனதால்
மனைவியானால்,

பருவத்தின் போதயில் பல - பெண்களை
கடந்தாலும்,
காலத்தின் சூழ்நிலையில் - கண்மூடி
வாழ்ந்தாலும்,

மனதின் ஆழத்தில் - பதிந்த
பாவை கால் தடம்.
பாதைகள் மாறினாலும் - அதை
தேடியே என் பயணம்.

முதல் காதல் என்றும் - கடவுளின்
மொழியே,
கடவுள் பேசும் - மொழியும்
காதலே!.

Vel Murugan.M

யாதும் இன்பமாய்

காணும்யாவிலும் இன்பம் - அன்றே
கரைந்திடும் துன்பம்.
வாழ்க்கை முழுவதும் மகிழ்ச்சி - இனி
களைந்திட வேண்டும் இகழ்ச்சி.

ஆசைகள் இருக்கும் ஏராளம் - அதை
நிறைவேற்றிட துணையிருக்கும்
மனம் தாராளம்.

வலிகளோடு வழியும் விழியின் ஈரம் - அதை
துடைக்க காத்திருக்கும் என் இனியவர்களின் கரம்.
ஒற்றுமையாக வாழ துடிக்கும் மனம் மனம் -
இனிமையான
விடியல் வேண்டும் தினம் தினம்.

வெற்றிக்கனியை சித்தம் சித்தம் சுவைக்க வேண்டும் -
அதை
இவ்வுலகம் நித்தம் நித்தம் ரசிக்க வேண்டும்.
இவையே,
நான் உணர காத்திருக்கும் இன்பம் - இனியும்
வேண்டா இந்த
மாய பிம்பம்!.

தேவகி மாதையன்

யாதொரு இன்பம்

குறைப்பிரசவமோ, நிறைப்பிரசவமோ,
கூனோ, குருடோ,
அழகோ, அருவருப்போ, ஆணோ, பெண்ணோ,
எவ்வித எதிர்பார்ப்பும் இல்லாமல்,
காண்போர் கைப்படுமுன் - கருவறையில்
முத்தமிட்டவளே,

நீ முட்டாள் என்று ஊரே சொன்னாலும் - உன்னால்
முடியும்
என்று என் முன்னால் நின்றவளே,
உன் உயிரைக் கொடுத்து என் உயிரைக் காத்தவளே,

தொப்புள்கொடி பந்தம் முதல் - தீ
மூட்டும் பந்தம் வரை,
எத்துனை உறவுகள் உடன் இருப்பினும் - அம்மா
என்ற சொல்லுக்கும், உறவுக்கும் மட்டுமே கிடைக்கும்
அந்தவொரு இன்பம்.

G. Srikesh

யான் தேடும் இன்பம்

தந்தைக்கு ஒரே மகளான போதும் - உடன்பிறவாச்
சகோதரராய்ப் பலர் கிடைத்த போதும்,
காதலியாய் என்னவன் கரம் பிடித்தபோதும்,
தடுமாறியும் தடம் மாறாமல்
நின்றபோதும்,

தளர்ந்த மனதில் நம்பிக்கைத் தளிர் விட்ட போதும்,
தனிமையை இனிமையாக மாற்றிய போதும்,
தடுக்கி விழாமல் - தடைகளைத்
தாண்டி குதித்த போதும்,
இன்பமே.

யாதொன்று இன்பம்
எனத் தேடாதே - யாவும்
இன்பமே.

இன்பம் செய்யும் செயலில் மட்டுமா - பார்க்கும்
கண்களைப் பொறுத்ததும்
தானே!.

தே.ஷாரிகா

யாதொன்று இன்பம்

என் வாழ்க்கை ஒரு பேரின்பம் - அதில்
நான் காணும் காட்சிகள் சில சிற்றின்பம்.
பிஞ்சு மொழி பேச்சுக்கு, கொஞ்சும் மொழி பதிலளிக்க
- யாது
இணை இவ்வுலகில்,

இணையில்லா புரிதலில்,
ஈடில்லா காதலை கொட்டுகையில் - மன்மதனை
மிஞ்சுவான் என் தலைவன்.

கங்கை நதியது ஓட,
மங்கை அதில் நீராட மலருமே பொற்றாமரை
அவளின் சிரிப்பால்,

செவ்விதழ் மலராது,வாய்மொழி பேசாது,
கயல்விழி பேசுகையில்,
இன்பம் நிறைந்து தன்னை மறந்து - குடைசாய்வேனே
அவள் மடியில்,

சமுத்திரத்தில் விழுந்த மழை துளி முத்தாவது போல,
ஏட்டில் எழுதும் கவிக்கு நிகர் வேறெங்கும் - இன்பம்
காணாது என் மனம்.

மு. யாசின்

யான் காண துடிக்கும் இன்பங்கள்

பள்ளிக்கு செல்ல ஆசை - குறைந்தகட்டணத்தில்,
தரமான கல்வி கற்க ஆசை.
சாதி என்ற ஒன்று சாதிச்சான்றிதழிழும்,
இல்லாமல் ஆக ஆசை.
அரசின் பிடியில் மதுக்கடைகள் அகற்றி -
பள்ளிக்களும்,
மருத்துவமனைகளும் வர ஆசை.

விவசாயிகள் தலை நிமிர வேண்டும் அதற்கு -
அவர்களே,
விலை நிர்ணயம் செய்ய ஆசை.
உழவனில்லயேல் இவ்வுலகில்லை என - உரக்கச்,
சொல்ல ஆசை.

கடனின்றி கல்லூரி செல்ல ஆசை,
மரங்கள் அதிகம் நட ஆசை,
இரவின் அழகை ரசிக்க ஆசை.
குறை அவள் ஆடையில் அல்ல - உன்பார்வையில்
எனகத்தி சொல்ல ஆசை.

இருபாலருக்கும் படிப்பி,
மாதவிடாய் தீட்டு அல்ல என்று - அதை
தீட்டு என்றால் நீயும் தீட்டே என்று,
திருநங்கைகளே தவிர தீண்டதகாத நங்கைகள் அல்ல,
அவர்களுக்கு கல்வியும், வேலையும்,
தர ஆசை.

உழைத்தவனுக்கு தூக்கு,
கொழுத்தவனுக்கு காசு - பெயரோ
கருப்புப்பணமாம் வேரறுக்க ஆசை - இக்கருப்பு
பணத்தையும் பசியால் இறப்போர் எண்ணிக்கை,
குறைய ஆசை.

படிக்க விரும்பி பிச்சை எடுக்கும் - குழந்தைகளுக்கு,
தரமான கல்வி தர ஆசை.
ஆணவக்கொலைகள் அழிய ஆசை - என்நிறத்தை,
இழிவு செய்யாத சமுதாயத்தில் வாழ ஆசை.

என்னாசை இவ்வளவே,
நடந்தால்
பேரின்பமே!.

Maryam Ahamed Jeelani Sikkander

யாவும் இன்பமே

இன்பம் யாதெனில் தாயின் - எல்லையில்லா
பாசம் இன்பம்,
தந்தையின் கள்ள - மிரட்டலோ
பேரின்பம்.

அக்காவின் அக்கறையோ அதிஇன்பம்,
தங்கையின் அதட்டல் மிகை இன்பம்.
அண்ணனின் சண்டை துன்பத்தில் இன்பம்,
தம்பியின் சில அரட்டல் மிரட்டல் - கள்ளமில்லா
இன்பம்.

கிழவனின் குறும்பு பேரின்பம் - கிழவியின்
பல கோரிக்கைகள் என் இன்பம்,
குழந்தையின் முதல் அழுகையும்
மன இன்பமே.

துன்பமின்றி இன்பம் யாதொன்றும் வருவதில்லை,
ஒரு குடும்பத்தின் துன்பங்களை - இன்பமென
கருதி வாழ்தல் இன்பத்தில்
இன்பம்.

Mohamed Riyas A

யாம் கண்ட இன்பம்

பார்க்கும் இடமில்லாம் பச்சை - காதருகே
பரவி வருமே தென்றல் காற்றின் இசை,
செல்லுமிடமெல்லாம் வாருங்கள் என்று - தண்ணீர்க்
கொண்டு வரவேற்கும் உறவினரின் வசை,

இனம் புரியாத ஆசை,
இன்பம் பெருகி அங்கேயே இருக்க - இதுதான்
நம்ம ஊரு செல்லும் திசை.

புங்கைப் பூ மணக்கும் மரத்தடி நிழலும் -
தென்னங்கீற்று
சீவும் கிழவியின் நாட்டுப் புறப் பாட்டும்,
நொங்கு தின்ற களைப்பில் - நாற்காலியில்
ஓய்வெடுக்கும் தாத்தாவும்,
ஏசிக் கொண்டே வேலை செய்யும் பாட்டியும்,
பனை வண்டி ஓட்டி மகிழும்
பேரனும், பேத்தியும்,
கொடுக்காத இந்த இன்பத்தையா நகர்ப்புற -
வாழ்க்கை
கொடுக்கப் போகிறது?.

யாம் கண்ட இந்த சொர்க்கமே,
நான் கொண்ட இன்பம்.

Pavithra X

யான் பெற்ற இன்பம்

என்னவளோ மரணவலி
காண்க,
நானோ மனம் பதைத்து
போக,

வீட்டார்களோ மனமுருகி
வேண்ட,
உறவினர்களோ நற்செய்தி
கேட்க,

என்னவளோ உயிருடல்
நொறுங்க,
என் உதிரம் இவ்வுலகை
காண,

அத்தருணம்
யான் பெற்ற பேரின்பம்!.

Mathialagan

ரசிக்கும் இன்பமே

கருவறை சுமப்பதில் தாய்மைக்கு இன்பம்,
மழலை சிரிப்பில் மகத்துவ இன்பம்,

வெற்றியில் அலப்பரியா இன்பம்,
தோல்வியில் எதிரிக்கு இன்பம்,

துவண்டுவிட்டால் பொறாமை படுவோருக்கு இன்பம்,
நம் கஷ்டத்தை மறக்க வைப்பதில் நண்பனுக்கு
இன்பம்,
பிரிந்த உறவு சேரும்போது இணைபிரியா இன்பம்,

இன்பம் இல்லா வாழ்க்கை இருண்டு விடும்,
துன்பம் இல்லா வாழ்க்கை துவண்டு விடும்,

இன்பம் துன்பம் இரண்டுமே - வாழ்கையில்
தாரக மந்திரமாகும்.
நிலையில்லா ஏதும் நிலைக்குமாயின் - நம்பிக்கை
மட்டுமே நிலையாகும்.

மு.முஹம்மது உமைர்

வாகைச்சூடிய இன்பம்

நீண்ட நாட்கள் அல்லும் பகலும் அயராது -
உழைத்துக்
கிட்டிய வெற்றியினால் வெளிப்படும் இன்பத்தை
அளவிட இயலாதது,
வையகத்தையே ஆள்வது போன்றதொரு - அளவற்ற
இன்பம் இதயத்தில் வெளிப்படும்.

அக்கணம் மரணத்தைத் தழுவினாலும் - மகிழ்ச்சியாய்
சுவைக்கும் அளவிற்கு இதயம் இன்பம் அடையும்.
விழிகளோ ஆனந்தக் கண்ணீரை வெளியேற்றி
வெற்றிக்
கனியைச் சுவைத்து மகிழும்.

நிலத்திலே நிற்காமல் - தேகமோ
விண்ணில் பறக்கும்.
இதயமோ இயல்பாக துடிக்காமல் - மிகவும்
விரைவாய்த் துடிக்கும்.

அளவற்ற மகிழ்ச்சியில் யாதொன்றும் அறியாத,
நிலையில் வெளிப்படும் இன்பத்தை - ஒருகணமும்
மதிப்பிட்டுக் கூற இயலாத ஒன்றே!.

புவனேஷ் தமிழ்ப்பித்தன்

அந்த ஒரு தருணம்

என்னவனின் உயிரை

என்னுள் சுமந்து,

காதலால் உயிர் வளர்த்து,

என்னவன் கைகளில் - அவன்

உயிரோடு கலந்த என் காதலை

ஏந்திடும் அந்த தருணம்,

கண்ணத்தை வருடிச் செல்லும் - விழியின்

ஆனந்தப் பெரும் ஊற்றே,

இன்பம்!.

பவி பாரதி

மகிழ்ச்சி

மகிழ்ச்சி என்ற ஒற்றைச் சொல்

மங்கிக்கிடந்த பல - உள்ளங்களில்,

ஒளிவீசச் செய்கிறது,

இருளெனும் துன்பத்தை களைந்து.

மகிழ்

மழையில் நனைய ஆசை

மழையில் நனைய ஆசை - மழையில்
நனைய அதிக ஆசை,
சென்றேன் அனுபவிக்க அவ்வாசையை,
தடுத்தது என்னை ஒரு ஓசை - அது
என் அம்மாவின் குரலோசை,
என் நலனை காப்பதே இவளது பேராசை,
விடுத்தேன் என் ஆசையை
அம்மாவின் பாசத்திற்காக!.

இவன் விக்னேஷ்

தேனே இன்பமாய்

கார்காலத்தில் காற்றடித்து மெய்சிலிர்க்க,
மழைத்துளிகளில் செடிகள் புன்னகைக்க,
தேனீக்களின் இன்பத் தேடல்களாய் - மொட்டுகள்
மலர்ந்து மணம்வீச,
பருகும் தேனை இன்பமாய் மனமுடன் கூட்டில்
சேர்த்துக்
கூடி வாழ்கின்றனர் கோடி
நட்புகளுடன்!.

Dr. **கௌசிக்**

வலி தரும் இன்பம்

அழுகுரலின் ஓசை கேட்கும் போது,
வலியும், வேதனையும்,
மறைந்து போகும் - பிரசவம்
இன்பத்தின் வெளிப்பாடு.

க.பூமணி

*****

காதல்

இதயம் துடிப்பின் வேகம்
இதழ்கள் இணையும் நேரம்
காதல் இன்பத்தின்
வெளிப்பாடு.

க.பூமணி

சேய் காண் தருணம்

எது இன்பம்?.
கண் காணா தாயொருத்தி,
கண்கள் பொருத்தி- அவள்
குழந்தை முன்நிறுத்தி,
கண்ணீர்கடலில் ஆழ்த்தி
மகிழ்வதுவே!.

நந்தினி நாகநாதன்

*****

காத்திருந்த விருந்து

தொலை தூர காதலின்
விரதத்தை முடிக்க,
விருந்து தொடங்குகிறது
இன்பக் கடலான இனிக்கும்
முத்தத்தில்!.

நந்தினி நாகநாதன்

பௌர்ணமி ராகம்

பௌத்தம் பதித்த பௌர்ணமே
உன்னைப் பாட வரிகள் ஏதுமில்லை
ரசிக்கும் அளவு அழகோ, இன்பமோ
யாம் கண்டதில்லை இவ்வுலகில்!.

சசி கணபதி

*****

மழலை சித்திரம்

யாழிலும், குழலிலும் இல்லாதொரு
சிறந்த இசை மழலையின்,
சிரிப்பினில் கண்டதொரு பேரின்பம்

சசி கணபதி

முதல் இன்பம்

கருவுற்றபொழுதும் கருவிலிருந்து என்னை
பெற்றெடுத்தபொழுதும் அவளது - துன்பம்
அனைத்தும் இன்பமாய் மாறிய தருணமே
யாம் கண்ட பேரின்பமாகுமே!.

செல்வ சுந்தரம்

*****

என்றும் இன்பம்

மடை திறந்த வெள்ளம்போல்,
உருண்டோடும் இன்பம் - மட்டையை
ஏந்திய கைகள் மண்ணை
சீண்டியதும்!.

செல்வ சுந்தரம்

www.ingramcontent.com/pod-product-compliance
Lightning Source LLC
LaVergne TN
LVHW100556051026
849519LV00003B/988
* 9 7 8 9 3 9 0 7 2 4 7 7 2 *